TRANZLATY

Language is for everyone

Ngôn ngữ dành cho tất cả mọi người

Aladdin and the Wonderful Lamp

Aladdin và ngọn đèn tuyệt vời

Antoine Galland

English / Tiếng Việt

Copyright © 2025 Tranzlaty
All rights reserved
Published by Tranzlaty
ISBN: 978-1-83566-937-2
Original text by Antoine Galland
From *"Les mille et une nuits"*
First published in French in 1704
Taken from The Blue Fairy Book
Collected and translated by Andrew Lang
www.tranzlaty.com

Once upon a time there lived a poor tailor
Ngày xửa ngày xưa có một người thợ may nghèo
this poor tailor had a son called Aladdin
Người thợ may nghèo này có một người con trai tên là Aladdin
Aladdin was a careless, idle boy who did nothing
Aladdin là một cậu bé vô tư, lười biếng, không làm gì cả
although, he did like to play ball all day long
mặc dù anh ấy thích chơi bóng suốt ngày
this he did in the streets with other little idle boys
anh ấy đã làm điều này trên đường phố với những cậu bé nhàn rỗi khác
This so grieved the father that he died
Điều này làm cho người cha đau buồn đến nỗi ông đã chết
his mother cried and prayed, but nothing helped
mẹ anh ấy đã khóc và cầu nguyện, nhưng không có gì giúp ích
despite her pleading, Aladdin did not mend his ways
mặc dù cô ấy đã cầu xin, Aladdin vẫn không sửa đổi cách sống của mình
One day, Aladdin was playing in the streets, as usual
Một ngày nọ, Aladdin đang chơi đùa trên phố như thường lệ
a stranger asked him his age
một người lạ hỏi tuổi anh ấy
and he asked him, "are you not the son of Mustapha the tailor?"
và ông hỏi anh ta, "Anh không phải là con trai của Mustapha thợ may sao?"
"I am the son of Mustapha, sir," replied Aladdin
"Tôi là con trai của Mustapha, thưa ngài," Aladdin trả lời.
"but he died a long time ago"
"nhưng anh ấy đã chết từ lâu rồi"
the stranger was a famous African magician
người lạ là một nhà ảo thuật nổi tiếng người Châu Phi
and he fell on his neck and kissed him
và anh ấy ngã vào cổ anh ấy và hôn anh ấy
"I am your uncle," said the magician
"Tôi là chú của cậu," nhà ảo thuật nói.

"I knew you from your likeness to my brother"
"Tôi biết anh vì anh giống anh trai tôi"
"Go to your mother and tell her I am coming"
"Hãy đến gặp mẹ và nói với bà ấy rằng tôi sẽ đến"
Aladdin ran home and told his mother of his newly found uncle
Aladdin chạy về nhà và kể cho mẹ mình nghe về người chú mới tìm thấy
"Indeed, child," she said, "your father had a brother"
"Thật vậy, con ạ," bà nói, "cha con có một người anh trai"
"but I always thought he was dead"
"nhưng tôi luôn nghĩ anh ấy đã chết"
However, she prepared supper for the visitor
Tuy nhiên, cô đã chuẩn bị bữa tối cho vị khách.
and she bade Aladdin to seek his uncle
và cô ấy bảo Aladdin đi tìm chú của mình
Aladdin's uncle came laden with wine and fruit
Chú của Aladdin mang theo rượu và trái cây
He fell down and kissed the place where Mustapha used to sit
Anh ta ngã xuống và hôn nơi Mustapha thường ngồi
and he bid Aladdin's mother not to be surprised
và anh ta bảo mẹ của Aladdin đừng ngạc nhiên
he explained he had been out of the country for forty years
ông giải thích rằng ông đã ra nước ngoài bốn mươi năm
He then turned to Aladdin and asked him his trade
Sau đó, anh ta quay sang Aladdin và hỏi nghề của anh ta.
but the boy hung his head in shame
nhưng cậu bé cúi đầu xấu hổ
and his mother burst into tears
và mẹ anh ấy đã bật khóc
so Aladdin's uncle offered to provide food
Vì vậy, chú của Aladdin đã đề nghị cung cấp thức ăn
The next day he bought Aladdin a fine set of clothes
Ngày hôm sau, chàng mua cho Aladdin một bộ quần áo đẹp
and he took him all over the city
và anh ấy đã đưa anh ấy đi khắp thành phố

he showed him the sights of the city
anh ấy chỉ cho anh ấy xem quang cảnh của thành phố
at nightfall he brought him home to his mother
lúc chạng vạng anh ta đưa anh ta về nhà với mẹ anh ta
his mother was overjoyed to see her son so well dressed
mẹ anh ấy vô cùng vui mừng khi thấy con trai mình ăn mặc đẹp như vậy
The next day the magician led Aladdin into some beautiful gardens
Ngày hôm sau, nhà ảo thuật dẫn Aladdin vào một khu vườn xinh đẹp
this was a long way outside the city gates
đây là một chặng đường dài ra khỏi cổng thành phố
They sat down by a fountain
Họ ngồi xuống bên một đài phun nước
and the magician pulled a cake from his girdle
và nhà ảo thuật đã kéo một chiếc bánh từ thắt lưng của mình
he divided the cake between the two of them
anh ấy chia chiếc bánh cho hai người họ
Then they journeyed onward till they almost reached the mountains
Sau đó họ tiếp tục đi cho đến khi họ gần đến được vùng núi
Aladdin was so tired that he begged to go back
Aladdin mệt mỏi đến nỗi anh ta cầu xin được quay trở lại
but the magician beguiled him with pleasant stories
nhưng nhà ảo thuật đã quyến rũ anh ta bằng những câu chuyện thú vị
and he led him on in spite of his laziness
và anh ta dẫn dắt anh ta mặc dù anh ta lười biếng
At last they came to two mountains
Cuối cùng họ đến hai ngọn núi
the two mountains were divided by a narrow valley
hai ngọn núi được chia cắt bởi một thung lũng hẹp
"We will go no farther," said the false uncle
"Chúng ta sẽ không đi xa hơn nữa", người chú giả dối nói.
"I will show you something wonderful"
"Tôi sẽ cho bạn thấy một điều tuyệt vời"

"gather up sticks, while I kindle a fire"
"thu thập củi, trong khi tôi nhóm lửa"
When the fire was lit the magician threw a powder on it
Khi ngọn lửa được thắp lên, nhà ảo thuật đã ném một loại bột vào đó
and he said some magical words
và anh ấy đã nói một số lời kỳ diệu
The earth trembled a little and opened in front of them
Mặt đất rung chuyển một chút và mở ra trước mặt họ
a square flat stone revealed itself
một viên đá phẳng vuông đã lộ ra
and in the middle of the stone was a brass ring
và ở giữa hòn đá có một chiếc nhẫn bằng đồng
Aladdin tried to run away
Aladdin đã cố gắng chạy trốn
but the magician caught him
nhưng pháp sư đã bắt được anh ta
and gave him a blow that knocked him down
và đánh anh ta một cú khiến anh ta ngã xuống
"What have I done, uncle?" he said, piteously
"Cháu đã làm gì thế chú?" anh ta nói một cách đáng thương.
the magician said more kindly, "Fear nothing, but obey me"
Nhà ảo thuật nói một cách tử tế hơn, "Đừng sợ gì cả, nhưng hãy nghe lời tôi"
"Beneath this stone lies a treasure which is to be yours"
"Bên dưới tảng đá này ẩn chứa một kho báu sẽ là của bạn"
"and no one else may touch this treasure"
"và không ai khác được phép chạm vào kho báu này"
"so you must do exactly as I tell you"
"vậy nên bạn phải làm chính xác như tôi bảo"
At the mention of treasure Aladdin forgot his fears
Khi nhắc đến kho báu, Aladdin quên đi nỗi sợ hãi của mình
he grasped the ring as he was told
anh ấy nắm chặt chiếc nhẫn khi anh ấy được bảo
and he said the names of his father and grandfather
và anh ấy nói tên của cha và ông nội mình
The stone came up quite easily

Đá đã nổi lên khá dễ dàng
and some steps appeared in front of them
và một số bước xuất hiện trước mặt họ
"Go down," said the magician
"Đi xuống đi," nhà ảo thuật nói.
"at the foot of those steps you will find an open door"
"dưới chân những bậc thang đó bạn sẽ tìm thấy một cánh cửa mở"
"the door leads into three large halls"
"Cánh cửa dẫn vào ba hành lang lớn"
"Tuck up your gown and go through the halls"
"Cởi váy và đi qua hành lang"
"make sure not to touch anything"
"đảm bảo không chạm vào bất cứ thứ gì"
"if you touch anything, you will instantly die"
"nếu bạn chạm vào bất cứ thứ gì, bạn sẽ chết ngay lập tức"
"These halls lead into a garden of fine fruit trees"
"Những hành lang này dẫn vào một khu vườn có nhiều cây ăn quả tươi ngon"
"Walk on until you reach a gap in the terrace"
"Đi tiếp cho đến khi bạn đến một khoảng trống trên sân thượng"
"there you will see a lighted lamp"
"ở đó bạn sẽ thấy một ngọn đèn sáng"
"Pour out the oil of the lamp"
"Đổ dầu ra khỏi đèn"
"and then bring me the lamp"
"và sau đó mang đèn đến cho tôi"
He drew a ring from his finger and gave it to Aladdin
Anh ta rút chiếc nhẫn ra khỏi ngón tay và đưa cho Aladdin
and he bid him to prosper
và ông ấy bảo anh ta thịnh vượng
Aladdin found everything as the magician had said
Aladdin đã tìm thấy mọi thứ như nhà ảo thuật đã nói
he gathered some fruit off the trees
anh ấy đã hái một ít trái cây trên cây
and, having got the lamp, he arrived at the mouth of the cave

và, sau khi lấy được đèn, anh ta đã đến được cửa hang
The magician cried out in a great hurry
Nhà ảo thuật kêu lên một cách vội vã
"Make haste and give me the lamp"
"Mau đưa đèn cho tôi"
Aladdin refused to do this until he was out of the cave
Aladdin từ chối làm điều này cho đến khi anh ta ra khỏi hang động
The magician flew into a terrible rage
Nhà ảo thuật nổi cơn thịnh nộ khủng khiếp
he threw some more powder on to the fire
anh ta ném thêm một ít thuốc súng vào lửa
and then he cast another magic spell
và sau đó anh ta lại niệm một câu thần chú khác
and the stone rolled back into its place
và hòn đá lăn trở lại vị trí của nó
The magician left Persia for ever
Nhà ảo thuật đã rời khỏi Ba Tư mãi mãi
this plainly showed that he was no uncle of Aladdin's
điều này cho thấy rõ ràng rằng anh ta không phải là chú của Aladdin
what he really was was a cunning magician
anh ta thực sự là một pháp sư xảo quyệt
a magician who had read of a magic lamp
một nhà ảo thuật đã đọc về một chiếc đèn thần
a magic lamp which would make him the most powerful man in the world
một chiếc đèn thần kỳ sẽ khiến anh ta trở thành người đàn ông quyền lực nhất thế giới
but he alone knew where to find the magic lamp
nhưng chỉ có anh ta mới biết tìm chiếc đèn thần ở đâu
and he could only receive the magic lamp from the hand of another
và anh ta chỉ có thể nhận được chiếc đèn thần từ tay người khác
He had picked out the foolish Aladdin for this purpose
Anh ta đã chọn Aladdin ngốc nghếch cho mục đích này

he had intended to get the magical lamp and kill him afterwards
anh ta đã có ý định lấy chiếc đèn ma thuật và giết anh ta sau đó
For two days Aladdin remained in the dark
Trong hai ngày Aladdin vẫn ở trong bóng tối
he cried and lamented his situation
anh ấy khóc và than thở về hoàn cảnh của mình
At last he clasped his hands in prayer
Cuối cùng anh ấy chắp tay cầu nguyện
and in so doing he rubbed the ring
và khi làm như vậy anh ấy đã chà xát chiếc nhẫn
the magician had forgotten to take the ring back from him
nhà ảo thuật đã quên lấy lại chiếc nhẫn từ anh ta
Immediately an enormous and frightful genie rose out of the earth
Ngay lập tức một vị thần to lớn và đáng sợ xuất hiện từ lòng đất
"What would thou have me do?"
"Ngươi muốn ta làm gì?"
"I am the Slave of the Ring"
"Tôi là nô lệ của chiếc nhẫn"
"and I will obey thee in all things"
"và tôi sẽ vâng lời Ngài trong mọi việc"
Aladdin fearlessly replied: "Deliver me from this place!"
Aladdin không sợ hãi đáp lại: "Hãy cứu tôi khỏi nơi này!"
and the earth opened above him
và trái đất mở ra phía trên anh ta
and he found himself outside
và anh ấy thấy mình ở bên ngoài
As soon as his eyes could bear the light he went home
Ngay khi mắt anh có thể chịu được ánh sáng, anh đã về nhà
but he fainted when he got there
nhưng anh ấy đã ngất xỉu khi đến đó
When he came to himself he told his mother what had happened
Khi tỉnh lại, anh kể lại cho mẹ nghe những gì đã xảy ra

and he showed her the lamp
và anh ấy chỉ cho cô ấy chiếc đèn
and he showed her the fruits he had gathered in the garden
và anh ấy cho cô ấy xem những loại trái cây anh ấy đã hái được trong vườn
the fruits were, in reality, precious stones
những loại trái cây thực chất là đá quý
He then asked for some food
Sau đó anh ấy yêu cầu một ít thức ăn
"Alas! child," she said
"Ôi trời! Đứa trẻ ơi," cô nói
"I have no food in the house"
"Tôi không có đồ ăn trong nhà"
"but I have spun a little cotton"
"nhưng tôi đã kéo được một ít bông"
"and I will go and sell the cotton"
"và tôi sẽ đi bán bông"
Aladdin bade her keep her cotton
Aladdin bảo cô giữ lại bông của mình
he told her he would sell the magic lamp instead of the cotton
anh ấy nói với cô ấy rằng anh ấy sẽ bán chiếc đèn thần thay vì bông
As it was very dirty she began to rub the magic lamp
Vì nó rất bẩn nên cô bắt đầu chà xát chiếc đèn thần
a clean magic lamp might fetch a higher price
một chiếc đèn ma thuật sạch sẽ có thể được bán với giá cao hơn
Instantly a hideous genie appeared
Ngay lập tức một vị thần ghê tởm xuất hiện
he asked what she would like to have
anh ấy hỏi cô ấy muốn có gì
at the sight of the genie she fainted
khi nhìn thấy thần đèn cô ấy đã ngất đi
but Aladdin, snatching the magic lamp, said boldly:
nhưng Aladdin, giật lấy cây đèn thần, nói một cách táo bạo:
"Fetch me something to eat!"

"Lấy cho tôi thứ gì đó để ăn!"
The genie returned with a silver bowl
Thần đèn trở về với một chiếc bát bạc
he had twelve silver plates containing rich meats
anh ta có mười hai chiếc đĩa bạc đựng đầy thịt ngon
and he had two silver cups and two bottles of wine
và anh ta có hai chiếc cốc bạc và hai chai rượu
Aladdin's mother, when she came to herself, said:
Mẹ của Aladdin khi tỉnh lại đã nói:
"Whence comes this splendid feast?"
"Bữa tiệc thịnh soạn này đến từ đâu?"
"Ask not where this food came from, but eat, mother,"
replied Aladdin
"Đừng hỏi thức ăn này từ đâu mà hãy ăn đi, mẹ ơi", Aladdin trả lời.
So they sat at breakfast till it was dinner-time
Vì vậy, họ ngồi ăn sáng cho đến giờ ăn tối
and Aladdin told his mother about the magic lamp
và Aladdin kể với mẹ mình về cây đèn thần
She begged him to sell the magic lamp
Cô ấy cầu xin anh ấy bán chiếc đèn thần
"let us have nothing to do with devils"
"chúng ta đừng dính dáng gì đến ma quỷ"
but Aladdin had thought it would be wiser to use the magic lamp
nhưng Aladdin đã nghĩ rằng sẽ khôn ngoan hơn nếu sử dụng cây đèn thần
"chance hath made us aware of the magic lamp's virtues"
"Cơ hội đã khiến chúng ta nhận ra công dụng của cây đèn thần"
"we will use the magic lamp, and we will use the ring"
"Chúng ta sẽ sử dụng cây đèn thần và chiếc nhẫn"
"I shall always wear the ring on my finger"
"Tôi sẽ luôn đeo chiếc nhẫn trên ngón tay mình"
When they had eaten all the genie had brought, Aladdin sold one of the silver plates
Khi họ đã ăn hết tất cả những gì thần đèn mang đến, Aladdin

đã bán một trong những chiếc đĩa bạc
and when he needed money again he sold the next plate
và khi anh ấy cần tiền lần nữa anh ấy đã bán chiếc đĩa tiếp theo
he did this until no plates were left
anh ấy đã làm điều này cho đến khi không còn chiếc đĩa nào còn sót lại
He then made another wish to the genie
Sau đó, anh ta lại ước một điều ước khác với thần đèn
and the genie gave him another set of plates
và thần đèn đã đưa cho anh ta một bộ đĩa khác
and in this way they lived for many years
và theo cách này họ đã sống trong nhiều năm
One day Aladdin heard an order from the Sultan
Một ngày nọ, Aladdin nghe được lệnh của Sultan
everyone was to stay at home and close their shutters
mọi người đều phải ở nhà và đóng cửa lại
the Princess was going to and from her bath
Công chúa đang đi đến và đi từ phòng tắm của cô ấy
Aladdin was seized by a desire to see her face
Aladdin bị thôi thúc bởi mong muốn được nhìn thấy khuôn mặt của cô ấy
although it was very difficult to see her face
mặc dù rất khó để nhìn thấy khuôn mặt của cô ấy
because everywhere she went she wore a veil
bởi vì mọi nơi cô ấy đến cô ấy đều đội khăn che mặt
He hid himself behind the door of the bath
Anh ta ẩn mình sau cánh cửa phòng tắm
and he peeped through a chink in the door
và anh ta nhìn qua khe hở trên cửa
The Princess lifted her veil as she went in to the bath
Công chúa nhấc tấm mạng che mặt lên khi bước vào bồn tắm
and she looked so beautiful that Aladdin instantly fell in love with her
và cô ấy trông thật xinh đẹp đến nỗi Aladdin đã ngay lập tức yêu cô ấy
He went home so changed that his mother was frightened

Anh ấy về nhà với sự thay đổi đến nỗi mẹ anh ấy sợ hãi
He told her he loved the Princess so deeply that he could not live without her
Anh ấy nói với cô ấy rằng anh ấy yêu công chúa sâu sắc đến nỗi anh ấy không thể sống thiếu cô ấy.
and he wanted to ask her in marriage of her father
và anh ấy muốn hỏi cưới cô ấy với cha cô ấy
His mother, on hearing this, burst out laughing
Mẹ anh nghe vậy thì bật cười
but Aladdin finally convinced her to go to the Sultan
nhưng cuối cùng Aladdin đã thuyết phục được cô ấy đến gặp Sultan
and she was going to carry his request
và cô ấy sẽ thực hiện yêu cầu của anh ấy
She fetched a napkin and laid in it the magic fruits
Cô ấy lấy một chiếc khăn ăn và đặt những trái cây kỳ diệu vào đó
the magic fruits from the enchanted garden
những trái cây kỳ diệu từ khu vườn mê hoặc
the fruits sparkled and shone like the most beautiful jewels
những loại trái cây lấp lánh và tỏa sáng như những viên ngọc đẹp nhất
She took the magic fruits with her to please the Sultan
Nàng mang theo những trái cây ma thuật để làm vui lòng Quốc vương
and she set out, trusting in the lamp
và cô ấy lên đường, tin tưởng vào ngọn đèn
The Grand Vizier and the lords of council had just gone into the palace
Đại tể tướng và các lãnh chúa của hội đồng vừa mới vào cung điện
and she placed herself in front of the Sultan
và cô ấy đặt mình trước mặt Sultan
He, however, took no notice of her
Tuy nhiên, anh ta không để ý đến cô ấy
She went every day for a week
Cô ấy đã đi mỗi ngày trong một tuần

and she stood in the same place
và cô ấy đứng ở cùng một chỗ
When the council broke up on the sixth day the Sultan said to his Vizier:
Khi hội đồng tan rã vào ngày thứ sáu, Quốc vương nói với Tể tướng của mình:
"I see a certain woman in the audience-chamber every day"
"Tôi nhìn thấy một người phụ nữ nào đó trong khán phòng mỗi ngày"
"she is always carrying something in a napkin"
"cô ấy luôn mang theo thứ gì đó trong khăn ăn"
"Call her to come to us, next time"
"Gọi cô ấy đến với chúng tôi vào lần tới"
"so that I may find out what she wants"
"để tôi có thể tìm ra cô ấy muốn gì"
Next day the Vizier gave her a sign
Ngày hôm sau, tể tướng đã đưa cho cô một dấu hiệu
she went up to the foot of the throne
cô ấy đi lên chân ngai vàng
and she remained kneeling till the Sultan spoke to her
và cô ấy vẫn quỳ cho đến khi Sultan nói chuyện với cô ấy
"Rise, good woman, tell me what you want"
"Đứng lên, người phụ nữ tốt bụng, nói cho tôi biết cô muốn gì"
She hesitated, so the Sultan sent away all but the Vizier
Nàng do dự, nên Sultan đuổi tất cả mọi người đi trừ tể tướng.
and he bade her to speak frankly
và anh ấy bảo cô ấy nói thẳng thắn
and he promised to forgive her for anything she might say
và anh ấy hứa sẽ tha thứ cho cô ấy bất cứ điều gì cô ấy có thể nói
She then told him of her son's great love for the Princess
Sau đó, bà kể cho ông nghe về tình yêu lớn lao của con trai bà dành cho Công chúa.
"I prayed for him to forget her," she said
"Tôi đã cầu nguyện để anh ấy quên cô ấy đi", cô ấy nói.
"but my prayers were in vain"

"nhưng lời cầu nguyện của tôi đã vô ích"
"he threatened to do some desperate deed if I refused to go"
"Anh ta đe dọa sẽ làm một việc tuyệt vọng nào đó nếu tôi từ chối đi"
"and so I ask your Majesty for the hand of the Princess"
"và vì thế tôi xin bệ hạ cầu hôn Công chúa"
"but now I pray you to forgive me"
"nhưng bây giờ tôi cầu xin bạn hãy tha thứ cho tôi"
"and I pray that you forgive my son Aladdin"
"và tôi cầu xin bạn tha thứ cho con trai tôi Aladdin"
The Sultan asked her kindly what she had in the napkin
Quốc vương tử tế hỏi cô ấy có gì trong khăn ăn
so she unfolded the napkin
vì vậy cô ấy mở khăn ăn ra
and she presented the jewels to the Sultan
và cô ấy đã tặng những món đồ trang sức cho Sultan
He was thunderstruck by the beauty of the jewels
Anh ta đã bị choáng ngợp bởi vẻ đẹp của những viên ngọc
and he turned to the Vizier and asked, "What sayest thou?"
và ông quay sang Tể tướng và hỏi, "Ngài nói thế nào?"
"Ought I not to bestow the Princess on one who values her at such a price?"
"Ta có nên trao công chúa cho một người coi trọng nàng đến mức giá đó không?"
The Vizier wanted her for his own son
Tể tướng muốn nàng làm con trai của mình
so he begged the Sultan to withhold her for three months
vì vậy anh ta đã cầu xin Sultan giữ cô lại trong ba tháng
perhaps within the time his son would contrive to make a richer present
có lẽ trong thời gian đó con trai ông sẽ nghĩ ra cách làm ra một món quà giàu có hơn
The Sultan granted the wish of his Vizier
Quốc vương đã chấp thuận nguyện vọng của tể tướng
and he told Aladdin's mother that he consented to the marriage
và anh ta nói với mẹ của Aladdin rằng anh ta đồng ý cuộc hôn

nhân
but she was not allowed appear before him again for three months
nhưng cô ấy không được phép xuất hiện trước mặt anh ta lần nữa trong ba tháng
Aladdin waited patiently for nearly three months
Aladdin kiên nhẫn chờ đợi gần ba tháng
after two months had elapsed his mother went to go to the market
sau hai tháng trôi qua mẹ anh ấy đã đi chợ
she was going into the city to buy oil
cô ấy đang vào thành phố để mua dầu
when she got to the market she found every one rejoicing
khi cô ấy đến chợ cô ấy thấy mọi người đều vui mừng
so she asked what was going on
vì vậy cô ấy hỏi chuyện gì đang xảy ra
"Do you not know?" was the answer
"Bạn không biết sao?" là câu trả lời
"the son of the Grand Vizier is to marry the Sultan's daughter tonight"
"Con trai của Đại tể tướng sẽ kết hôn với con gái của Quốc vương vào đêm nay"
Breathless, she ran and told Aladdin
Cô ấy thở hổn hển, chạy đến và kể cho Aladdin nghe
at first Aladdin was overwhelmed
Lúc đầu Aladdin đã bị choáng ngợp
but then he thought of the magic lamp and rubbed it
nhưng sau đó anh ấy nghĩ đến chiếc đèn thần và chà xát nó
once again the genie appeared out of the lamp
một lần nữa thần đèn lại xuất hiện từ chiếc đèn
"What is thy will?" asked the genie
"Ý muốn của ngươi là gì?" Thần đèn hỏi.
"The Sultan, as thou knowest, has broken his promise to me"
"Như ngươi biết, Sultan đã phá vỡ lời hứa với ta"
"the Vizier's son is to have the Princess"
"Con trai của tể tướng sẽ có công chúa"
"My command is that tonight you bring the bride and

bridegroom"
"Lệnh của ta là đêm nay ngươi phải mang cô dâu và chú rể đến"
"Master, I obey," said the genie
"Thưa chủ nhân, tôi vâng lời", thần đèn nói.
Aladdin then went to his chamber
Sau đó Aladdin đi vào phòng của mình
sure enough, at midnight the genie transported a bed
Quả nhiên, vào lúc nửa đêm, thần đèn đã mang một chiếc giường
and the bed contained the Vizier's son and the Princess
và chiếc giường chứa con trai của tể tướng và công chúa
"Take this new-married man, genie," he said
"Hãy lấy người đàn ông mới cưới này, thần đèn," anh ta nói
"put him outside in the cold for the night"
"đưa anh ta ra ngoài trời lạnh vào ban đêm"
"then return the couple again at daybreak"
"sau đó trả cặp đôi lại vào lúc rạng sáng"
So the genie took the Vizier's son out of bed
Vì vậy, thần đèn đã đưa con trai của tể tướng ra khỏi giường
and he left Aladdin with the Princess
và anh ấy đã để lại Aladdin cho công chúa
"Fear nothing," Aladdin said to her, "you are my wife"
"Đừng sợ gì cả", Aladdin nói với nàng, "em là vợ anh"
"you were promised to me by your unjust father"
"người cha bất công của anh đã hứa gả em cho anh"
"and no harm shall come to you"
"và sẽ không có điều gì nguy hiểm xảy đến với bạn"
The Princess was too frightened to speak
Công chúa quá sợ hãi không nói nên lời
and she passed the most miserable night of her life
và cô ấy đã trải qua đêm khốn khổ nhất trong cuộc đời mình
although Aladdin lay down beside her and slept soundly
mặc dù Aladdin nằm xuống bên cạnh cô và ngủ rất say
At the appointed hour the genie fetched in the shivering bridegroom
Đến giờ hẹn, thần đèn đã mang chú rể đang run rẩy vào

he laid him in his place
anh ấy đặt anh ấy vào vị trí của mình
and he transported the bed back to the palace
và anh ta vận chuyển chiếc giường trở lại cung điện
Presently the Sultan came to wish his daughter good-morning
Hiện tại, Sultan đã đến để chúc con gái mình buổi sáng tốt lành
The unhappy Vizier's son jumped up and hid himself
Con trai của tể tướng không vui nhảy dựng lên và trốn đi
and the Princess would not say a word
và công chúa không nói một lời
and she was very sorrowful
và cô ấy rất buồn
The Sultan sent her mother to her
Sultan đã gửi mẹ cô ấy đến gặp cô ấy
"Why will you not speak to your father, child?"
"Tại sao con không nói chuyện với cha con?"
"What has happened?" she asked
"Có chuyện gì xảy ra vậy?" cô ấy hỏi.
The Princess sighed deeply
Công chúa thở dài
and at last she told her mother what had happened
và cuối cùng cô ấy đã kể cho mẹ cô ấy nghe những gì đã xảy ra
she told her how the bed had been carried into some strange house
cô ấy kể cho cô ấy nghe về việc chiếc giường đã được mang vào một ngôi nhà lạ
and she told of what had happened in the house
và cô ấy kể lại những gì đã xảy ra trong ngôi nhà
Her mother did not believe her in the least
Mẹ cô không tin cô chút nào
and she bade her to consider it an idle dream
và cô ấy bảo cô ấy coi đó là một giấc mơ nhàn rỗi
The following night exactly the same thing happened
Đêm hôm sau, điều tương tự đã xảy ra

and the next morning the princess wouldn't speak either
và sáng hôm sau công chúa cũng không nói gì nữa
on the Princess's refusal to speak, the Sultan threatened to cut off her head
vì công chúa từ chối nói, Sultan đã đe dọa sẽ chặt đầu cô ấy
She then confessed all that had happened
Sau đó cô ấy thú nhận tất cả những gì đã xảy ra
and she bid him to ask the Vizier's son
và cô ấy bảo anh ta hỏi con trai của tể tướng
The Sultan told the Vizier to ask his son
Quốc vương bảo tể tướng hỏi con trai mình
and the Vizier's son told the truth
và con trai của tể tướng đã nói sự thật
he added that he dearly loved the Princess
ông ấy nói thêm rằng ông ấy rất yêu công chúa
"but I would rather die than go through another such fearful night"
"nhưng tôi thà chết còn hơn phải trải qua một đêm kinh hoàng như thế nữa"
and he wished to be separated from her, which was granted
và anh ấy muốn tách khỏi cô ấy, điều đó đã được chấp thuận
and then there was an end to the feasting and rejoicing
và sau đó là sự kết thúc của bữa tiệc và niềm vui
then the three months were over
rồi ba tháng đã trôi qua
Aladdin sent his mother to remind the Sultan of his promise
Aladdin đã sai mẹ mình đến nhắc nhở Quốc vương về lời hứa của mình
She stood in the same place as before
Cô ấy đứng ở cùng một chỗ như trước
the Sultan had forgotten Aladdin
Sultan đã quên Aladdin
but at once he remembered him again
nhưng ngay lập tức anh lại nhớ đến anh ấy
and he asked for her to come to him
và anh ấy đã yêu cầu cô ấy đến với anh ấy
On seeing her poverty the Sultan felt less inclined than ever

to keep his word
Khi nhìn thấy cảnh nghèo khó của bà, Sultan cảm thấy không muốn giữ lời hứa của mình hơn bao giờ hết.
and he asked his Vizier's advice
và ông đã hỏi lời khuyên của tể tướng
he counselled him to set a high value on the Princess
ông khuyên anh ta nên coi trọng Công chúa
a price so high that no man alive could come afford her
một cái giá quá cao mà không người đàn ông nào còn sống có thể trả nổi
The Sultan then turned to Aladdin's mother, saying:
Sau đó, Quốc vương quay sang mẹ của Aladdin và nói:
"Good woman, a Sultan must remember his promises"
"Người phụ nữ tốt, một vị vua phải nhớ lời hứa của mình"
"and I will remember my promise"
"và tôi sẽ nhớ lời hứa của mình"
"but your son must first send me forty basins of gold"
"nhưng trước tiên con trai của ngươi phải gửi cho ta bốn mươi chậu vàng"
"and the gold basins must be full of jewels"
"và các bồn vàng phải đầy đồ trang sức"
"and they must be carried by forty black camels"
"và chúng phải được chở bằng bốn mươi con lạc đà đen"
"and in front of each black camel there is to be a white camel"
"và trước mỗi con lạc đà đen phải có một con lạc đà trắng"
"and all the camels are to be splendidly dressed"
"và tất cả lạc đà đều được mặc quần áo lộng lẫy"
"Tell him that I await his answer"
"Nói với anh ấy rằng tôi đang chờ câu trả lời của anh ấy"
The mother of Aladdin bowed low
Mẹ của Aladdin cúi đầu thấp
and then she went home
và sau đó cô ấy đã về nhà
although she thought all was lost
mặc dù cô ấy nghĩ rằng tất cả đã mất
She gave Aladdin the message

Cô ấy đã đưa cho Aladdin tin nhắn
and she added, "He may wait long enough for your answer!"
và cô ấy nói thêm, "Anh ấy có thể phải đợi câu trả lời của anh đủ lâu!"
"Not so long as you think, mother," her son replied
"Không lâu như mẹ nghĩ đâu, mẹ ạ," con trai bà trả lời.
"I would do a great deal more than that for the Princess"
"Tôi sẽ làm nhiều hơn thế nữa cho Công chúa"
and he summoned the genie again
và anh ta lại triệu hồi thần đèn
and in a few moments the eighty camels arrived
và trong chốc lát tám mươi con lạc đà đã đến
and they took up all space in the small house and garden
và họ chiếm hết không gian trong ngôi nhà nhỏ và khu vườn
Aladdin made the camels set out to the palace
Aladdin sai đàn lạc đà đi đến cung điện
and the camels were followed by his mother
và những con lạc đà được mẹ của anh ta đi theo
The camels were very richly dressed
Những con lạc đà được mặc quần áo rất sang trọng
and splendid jewels were on the girdles of the camels
và những viên ngọc lộng lẫy được đeo trên thắt lưng của lạc đà
and everyone crowded around to see the camels
và mọi người tụ tập xung quanh để xem lạc đà
and they saw the basins of gold the camels carried on their backs
và họ nhìn thấy những chậu vàng mà lạc đà mang trên lưng
They entered the palace of the Sultan
Họ bước vào cung điện của Sultan
and the camels kneeled before him in a semi circle
và những con lạc đà quỳ trước mặt anh ta theo hình bán nguyệt
and Aladdin's mother presented the camels to the Sultan
và mẹ của Aladdin đã tặng những con lạc đà cho Sultan
He hesitated no longer, but said:
Anh ta không còn do dự nữa mà nói:

"Good woman, return to your son"
"Người phụ nữ tốt, hãy trở về với con trai của bà"
"tell him that I wait for him with open arms"
"nói với anh ấy rằng tôi đang đợi anh ấy với vòng tay rộng mở"
She lost no time in telling Aladdin
Cô ấy không mất thời gian để kể cho Aladdin
and she bid him to make haste
và cô ấy bảo anh ta hãy nhanh lên
But Aladdin first called for the genie
Nhưng Aladdin đã gọi thần đèn trước
"I want a scented bath," he said
"Tôi muốn tắm nước hoa," anh nói.
"and I want a horse more beautiful than the Sultan's"
"và tôi muốn một con ngựa đẹp hơn ngựa của Sultan"
"and I want twenty servants to attend to me"
"và tôi muốn có hai mươi người hầu phục vụ tôi"
"and I also want six beautifully dressed servants to wait on my mother"
"và tôi cũng muốn sáu người hầu ăn mặc đẹp để phục vụ mẹ tôi"
"and lastly, I want ten thousand pieces of gold in ten purses"
"và cuối cùng, tôi muốn mười ngàn đồng vàng trong mười chiếc ví"
No sooner had he said what he wanted and it was done
Ngay sau khi anh ấy nói những gì anh ấy muốn và nó đã được thực hiện
Aladdin mounted his beautiful horse
Aladdin cưỡi con ngựa đẹp của mình
and he passed through the streets
và anh ấy đi qua các con phố
the servants cast gold into the crowd as they went
những người hầu ném vàng vào đám đông khi họ đi
Those who had played with him in his childhood knew him not
Những người đã chơi với anh ấy khi anh ấy còn nhỏ không biết anh ấy

he had grown very handsome
anh ấy đã trở nên rất đẹp trai
When the Sultan saw him he came down from his throne
Khi Sultan nhìn thấy ông, ông bước xuống khỏi ngai vàng.
he embraced his new son-in-law with open arms
ông ấy đã ôm chặt con rể mới của mình bằng vòng tay rộng mở
and he led him into a hall where a feast was spread
và anh ta dẫn anh ta vào một hội trường nơi có một bữa tiệc đang diễn ra
he intended to marry him to the Princess that very day
anh ta có ý định gả anh ta cho công chúa ngay ngày hôm đó
But Aladdin refused to marry straight away
Nhưng Aladdin từ chối kết hôn ngay lập tức
"first I must build a palace fit for the princess"
"Đầu tiên ta phải xây một cung điện phù hợp cho công chúa"
and then he took his leave
và sau đó anh ấy đã rời đi
Once home, he said to the genie:
Khi về đến nhà, anh ta nói với thần đèn:
"Build me a palace of the finest marble"
"Xây cho tôi một cung điện bằng đá cẩm thạch đẹp nhất"
"set the palace with jasper, agate, and other precious stones"
"trang trí cung điện bằng đá thạch anh, mã não và các loại đá quý khác"
"In the middle of the palace you shall build me a large hall with a dome"
"Ở giữa cung điện, ngươi sẽ xây cho ta một đại sảnh có mái vòm"
"the four walls of the hall will be of masses of gold and silver"
"bốn bức tường của hội trường sẽ được làm bằng vàng và bạc"
"and each wall will have six windows"
"và mỗi bức tường sẽ có sáu cửa sổ"
"and the lattices of the windows will be set with precious jewels"
"và các song cửa sổ sẽ được gắn đầy đá quý"

"but there must be one window that is not decorated"
"nhưng phải có một cửa sổ không được trang trí"
"go see that it gets done!"
"hãy đi xem nó có được thực hiện không!"
The palace was finished by the next day
Cung điện đã được hoàn thành vào ngày hôm sau
the genie carried him to the new palace
thần đèn đưa anh ta đến cung điện mới
and he showed him how all his orders had been faithfully carried out
và ông ấy đã chỉ cho anh ta thấy tất cả các mệnh lệnh của ông ấy đã được thực hiện một cách trung thực như thế nào
even a velvet carpet had been laid from Aladdin's palace to the Sultan's
thậm chí một tấm thảm nhung đã được trải từ cung điện của Aladdin đến cung điện của Sultan
Aladdin's mother then dressed herself carefully
Mẹ của Aladdin sau đó đã mặc quần áo cẩn thận
and she walked to the palace with her servants
và cô ấy đi bộ đến cung điện với những người hầu của mình
and Aladdin followed her on horseback
và Aladdin đi theo cô ấy trên lưng ngựa
The Sultan sent musicians with trumpets and cymbals to meet them
Sultan đã cử các nhạc công mang theo kèn trumpet và chũm chọe đến gặp họ
so the air resounded with music and cheers
nên không khí vang vọng âm nhạc và tiếng reo hò
She was taken to the Princess, who saluted her
Cô được đưa đến gặp Công chúa, người đã chào cô
and she treated her with great honour
và cô ấy đã đối xử với cô ấy rất tôn trọng
At night the Princess said good-bye to her father
Vào ban đêm, công chúa nói lời tạm biệt với cha mình
and she set out on the carpet for Aladdin's palace
và cô ấy bước ra khỏi tấm thảm đến cung điện của Aladdin
his mother was at her side

mẹ anh ấy ở bên cạnh cô ấy
and they were followed by their entourage of servants
và họ được đoàn tùy tùng của họ là những người hầu đi theo
She was charmed at the sight of Aladdin
Cô ấy đã bị mê hoặc khi nhìn thấy Aladdin
and Aladdin ran to receive her into the palace
và Aladdin chạy đến đón nàng vào cung điện
"Princess," he said, "blame your beauty for my boldness"
"Công chúa," anh ta nói, "hãy đổ lỗi cho vẻ đẹp của cô vì sự táo bạo của tôi"
"I hope I have not displeased you"
"Tôi hy vọng là tôi không làm anh phật ý"
she said she willingly obeyed her father in this matter
cô ấy nói cô ấy sẵn sàng vâng lời cha cô ấy trong vấn đề này
because she had seen that he is handsome
bởi vì cô ấy đã thấy anh ấy đẹp trai
After the wedding had taken place Aladdin led her into the hall
Sau khi lễ cưới diễn ra, Aladdin dẫn cô vào hội trường
a great feast was spread out in the hall
một bữa tiệc lớn đã được bày ra trong hội trường
and she supped with him
và cô ấy đã ăn tối với anh ấy
after eating they danced till midnight
sau khi ăn họ nhảy cho đến nửa đêm
The next day Aladdin invited the Sultan to see the palace
Ngày hôm sau Aladdin mời Sultan đến xem cung điện
they entered the hall with the four-and-twenty windows
họ bước vào hội trường với hai mươi bốn cửa sổ
the windows were decorated with rubies, diamonds, and emeralds
các cửa sổ được trang trí bằng hồng ngọc, kim cương và ngọc lục bảo
he cried, "The palace is one of the wonders of the world!"
ông ấy kêu lên, "Cung điện là một trong những kỳ quan của thế giới!"
"There is only one thing that surprises me"

"Chỉ có một điều làm tôi ngạc nhiên"
"Was it by accident that one window was left unfinished?"
"Có phải vô tình mà có một ô cửa sổ bị bỏ dở không?"
"No, sir, it was done so by design," replied Aladdin
"Không, thưa ngài, điều đó được thực hiện theo chủ đích", Aladdin trả lời.
"I wished your Majesty to have the glory of finishing this palace"
"Tôi muốn bệ hạ có vinh dự hoàn thành cung điện này"
The Sultan was pleased to be given this honour
Quốc vương rất vui mừng khi được trao tặng vinh dự này
and he sent for the best jewellers in the city
và ông đã gửi lời mời đến những người thợ kim hoàn giỏi nhất trong thành phố
He showed them the unfinished window
Anh ấy chỉ cho họ thấy cửa sổ chưa hoàn thiện
and he bade them to decorate the window like the others
và ông ấy bảo họ trang trí cửa sổ giống như những người khác
"Sir," replied their spokesman
"Thưa ngài," người phát ngôn của họ trả lời
"we cannot find enough jewels"
"chúng ta không thể tìm đủ đồ trang sức"
so the Sultan had his own jewels fetched
vì vậy Sultan đã lấy đồ trang sức của riêng mình
but those jewels were soon used up too
nhưng những viên ngọc đó cũng sớm được sử dụng hết
even after a month's time the work was not half done
thậm chí sau một tháng công việc vẫn chưa hoàn thành được một nửa
Aladdin knew that their task was impossible
Aladdin biết rằng nhiệm vụ của họ là không thể
he bade them to undo their work
anh ấy bảo họ hoàn tác công việc của họ
and he bade them to carry the jewels back
và anh ta bảo họ mang những viên ngọc trở về
the genie finished the window at his command
thần đèn đã hoàn thành cửa sổ theo lệnh của anh ta

The Sultan was surprised to receive his jewels again
Quốc vương ngạc nhiên khi nhận lại được đồ trang sức của mình

he visited Aladdin, who showed him the finished window
anh ấy đã đến thăm Aladdin, người đã chỉ cho anh ấy cửa sổ đã hoàn thiện

and the Sultan embraced his son in law
và đức vua ôm chầm lấy con rể của mình

meanwhile, the envious Vizier suspected the work of enchantment
trong khi đó, Tể tướng đố kỵ nghi ngờ công việc của bùa chú

Aladdin had won the hearts of the people by his gentle manner
Aladdin đã chiếm được trái tim của mọi người bằng cách cư xử nhẹ nhàng của mình

He was made captain of the Sultan's armies
Ông được phong làm đội trưởng đội quân của Sultan

and he won several battles for his army
và ông đã giành chiến thắng trong nhiều trận chiến cho quân đội của mình

but he remained as modest and courteous as before
nhưng anh ấy vẫn khiêm tốn và lịch sự như trước

in this way he lived in peace and content for several years
theo cách này ông đã sống trong hòa bình và mãn nguyện trong nhiều năm

But far away in Africa the magician remembered Aladdin
Nhưng ở nơi xa xôi tại Châu Phi, nhà ảo thuật vẫn nhớ Aladdin

and by his magic arts he discovered Aladdin hadn't perished in the cave
và bằng phép thuật của mình, anh ta phát hiện ra Aladdin vẫn chưa chết trong hang

but instead of perishing, he had escaped and married the princess
nhưng thay vì chết, anh đã trốn thoát và kết hôn với công chúa

and now he was living in great honour and wealth

và bây giờ ông đang sống trong sự vinh dự và giàu có
He knew that the poor tailor's son could only have accomplished this by means of the magic lamp
Ông biết rằng con trai của người thợ may nghèo chỉ có thể hoàn thành được điều này bằng chiếc đèn thần.
and he travelled night and day until he reached the city
và anh ta đi suốt ngày đêm cho đến khi tới thành phố
he was bent on making sure of Aladdin's ruin
anh ta quyết tâm làm cho Aladdin phải chết
As he passed through the town he heard people talking
Khi anh ta đi qua thị trấn, anh ta nghe mọi người nói chuyện
all they could talk about was the marvellous palace
tất cả những gì họ có thể nói đến là cung điện tuyệt đẹp
"Forgive my ignorance," he asked
"Xin hãy tha thứ cho sự thiếu hiểu biết của tôi," anh ta hỏi.
"what is this palace you speak of?"
"cung điện mà ngươi đang nói đến là gì?"
"Have you not heard of Prince Aladdin's palace?" was the reply
"Bạn chưa nghe nói đến cung điện của hoàng tử Aladdin sao?" là câu trả lời
"the palace is one of the greatest wonders of the world"
"cung điện là một trong những kỳ quan vĩ đại nhất của thế giới"
"I will direct you to the palace, if you would like to see it"
"Tôi sẽ dẫn anh đến cung điện, nếu anh muốn xem nó"
The magician thanked him for bringing him to the palace
Nhà ảo thuật cảm ơn anh ta đã đưa anh ta đến cung điện
and having seen the palace, he knew that it had been built by the Genie of the Lamp
và khi nhìn thấy cung điện, anh ta biết rằng nó đã được xây dựng bởi Thần Đèn
this made him half mad with rage
điều này làm anh ta tức giận đến phát điên
He was determined to get hold of the magic lamp
Anh ta quyết tâm lấy được cây đèn thần
and he was going to plunge Aladdin into the deepest

poverty again
và anh ta sẽ lại đẩy Aladdin vào cảnh nghèo đói cùng cực nhất
Unluckily, Aladdin had gone on a hunting trip for eight days
Thật không may, Aladdin đã đi săn trong tám ngày
this gave the magician plenty of time
điều này đã cho ảo thuật gia rất nhiều thời gian
He bought a dozen copper lamps
Anh ấy đã mua một tá đèn đồng
and he put the copper lamps into a basket
và anh ta đặt những chiếc đèn đồng vào một cái giỏ
and then he went to the palace
và sau đó anh ấy đã đi đến cung điện
"New lamps for old lamps!" he exclaimed
"Đèn mới thay cho đèn cũ!" anh ta thốt lên.
and he was followed by a jeering crowd
và anh ta được theo sau bởi một đám đông la ó
The Princess was sitting in the hall of four-and-twenty windows
Công chúa đang ngồi trong hành lang có hai mươi bốn cửa sổ
she sent a servant to find out what the noise was about
cô ấy đã cử một người hầu đi tìm hiểu xem tiếng động đó là gì
the servant came back laughing so much that the Princess scolded her
người hầu quay lại cười rất nhiều đến nỗi công chúa mắng cô ấy
"Madam," replied the servant
"Thưa bà," người hầu đáp.
"who can help but laughing when you see such a thing?"
"Ai có thể nhịn cười khi chứng kiến cảnh tượng như thế này?"
"an old fool is offering to exchange fine new lamps for old lamps"
"một ông già ngốc nghếch đang đề nghị đổi đèn mới tốt lấy đèn cũ"
Another servant, hearing this, spoke up
Một người hầu khác nghe vậy liền lên tiếng
"There is an old lamp on the cornice which he can have"

"Có một chiếc đèn cũ trên mái hiên mà anh ta có thể lấy"
this, of course, was the magic lamp
tất nhiên đây là chiếc đèn thần
Aladdin had left the magic lamp there, as he could not take it with him
Aladdin đã để lại cây đèn thần ở đó vì anh không thể mang nó theo.
The Princess didn't know know the lamp's value
Công chúa không biết giá trị của chiếc đèn
laughingly, she bade the servant to exchange the magic lamp
cười lớn, cô bảo người hầu đổi chiếc đèn thần
the servant took the lamp to the magician
người hầu mang đèn đến cho nhà ảo thuật
"Give me a new lamp for this lamp," she said
"Cho tôi một chiếc đèn mới thay cho chiếc đèn này", cô ấy nói.
He snatched the lamp and bade the servant to pick another lamp
Anh ta giật lấy chiếc đèn và bảo người hầu chọn một chiếc đèn khác
and the entire crowd jeered at the sight
và toàn bộ đám đông la ó khi nhìn thấy cảnh đó
but the magician cared little for the crowd
nhưng nhà ảo thuật không quan tâm nhiều đến đám đông
he left the crowd with the magic lamp he had set out to get
anh ta rời khỏi đám đông với chiếc đèn thần mà anh ta đã đặt ra để lấy
and he went out of the city gates to a lonely place
và anh ta đi ra khỏi cổng thành đến một nơi vắng vẻ
there he remained till nightfall
anh ấy ở lại đó cho đến khi đêm xuống
and at nightfall he pulled out the magic lamp and rubbed it
và khi đêm xuống anh ta lấy chiếc đèn thần ra và chà xát nó
The genie appeared to the magician
Thần đèn hiện ra với nhà ảo thuật
and the magician made his command to the genie
và nhà ảo thuật ra lệnh cho thần đèn
"carry me, the princess, and the palace to a lonely place in

Africa"
"đưa tôi, công chúa và cung điện đến một nơi vắng vẻ ở Châu Phi"

Next morning the Sultan looked out of the window toward Aladdin's palace
Sáng hôm sau, Sultan nhìn ra ngoài cửa sổ hướng về cung điện của Aladdin

and he rubbed his eyes when he saw the palace was gone
và anh ấy dụi mắt khi thấy cung điện đã biến mất

He sent for the Vizier and asked what had become of the palace
Ông ta đã cho gọi tể tướng đến và hỏi thăm tình hình cung điện.

The Vizier looked out too, and was lost in astonishment
Tể tướng cũng nhìn ra ngoài và vô cùng kinh ngạc

He again put the events down to enchantment
Ông lại cho rằng các sự kiện này là do sự mê hoặc

and this time the Sultan believed him
và lần này Sultan đã tin anh ta

he sent thirty men on horseback to fetch Aladdin in chains
ông ta đã cử ba mươi người cưỡi ngựa đi bắt Aladdin bị xiềng xích

They met him riding home
Họ gặp anh ấy đang cưỡi ngựa về nhà

they bound him and forced him to go with them on foot
họ trói anh ta lại và bắt anh ta đi bộ cùng họ

The people, however, who loved him, followed them to the palace
Tuy nhiên, những người dân yêu mến ông đã theo họ đến cung điện

they would make sure that he came to no harm
họ sẽ đảm bảo rằng anh ấy không bị tổn hại

He was carried before the Sultan
Ông được đưa đến trước mặt Sultan

and the Sultan ordered the executioner to cut off his head
và Sultan ra lệnh cho đao phủ chặt đầu ông ta

The executioner made Aladdin kneel down before a block of

wood
Người đao phủ bắt Aladdin quỳ xuống trước một khối gỗ
he bandaged his eyes so that he could not see
anh ấy bịt mắt lại để không nhìn thấy
and he raised his scimitar to strike
và anh ta giơ thanh kiếm của mình lên để tấn công
At that instant the Vizier saw the crowd had forced their way into the courtyard
Ngay lúc đó, tể tướng thấy đám đông đã chen lấn vào sân.
they were scaling the walls to rescue Aladdin
họ đang trèo tường để giải cứu Aladdin
so he called to the executioner to halt
vì vậy anh ta gọi người đao phủ dừng lại
The people, indeed, looked so threatening that the Sultan gave way
Quả thực, những người đó trông rất đáng sợ đến nỗi Sultan phải nhượng bộ.
and he ordered Aladdin to be unbound
và ông ra lệnh cởi trói cho Aladdin
he pardoned him in the sight of the crowd
anh ta đã tha thứ cho anh ta trước sự chứng kiến của đám đông
Aladdin now begged to know what he had done
Aladdin bây giờ cầu xin được biết anh đã làm gì
"False wretch!" said the Sultan, "come thither"
"Kẻ khốn nạn giả dối!" Sultan nói, "hãy đến đó"
he showed him from the window the place where his palace had stood
anh ta chỉ cho anh ta từ cửa sổ nơi cung điện của anh ta từng đứng
Aladdin was so amazed that he could not say a word
Aladdin kinh ngạc đến nỗi không nói nên lời
"Where are my palace and my daughter?" demanded the Sultan
"Cung điện của ta và con gái ta ở đâu?" Sultan hỏi.
"For the palace I am not so deeply concerned"
"Đối với cung điện, tôi không quá quan tâm"

"but my daughter I must have"
"nhưng con gái tôi thì tôi phải có"
"and you must find her, or lose your head"
"và bạn phải tìm thấy cô ấy, hoặc sẽ mất đầu"
Aladdin begged to be granted forty days in which to find her
Aladdin cầu xin được ban cho bốn mươi ngày để tìm thấy cô ấy

he promised that if he failed he would return
anh ấy đã hứa rằng nếu anh ấy thất bại anh ấy sẽ quay trở lại
and on his return he would suffer death at the Sultan's pleasure
và khi trở về ông sẽ phải chịu cái chết theo ý muốn của Sultan
His prayer was granted by the Sultan
Lời cầu nguyện của ông đã được Sultan chấp nhận
and he went forth sadly from the Sultan's presence
và ông buồn bã bước ra khỏi sự hiện diện của Sultan
For three days he wandered about like a madman
Trong ba ngày anh ta lang thang như một người điên
he asked everyone what had become of his palace
ông hỏi mọi người chuyện gì đã xảy ra với cung điện của ông
but they only laughed and pitied him
nhưng họ chỉ cười và thương hại anh ta
He came to the banks of a river
Anh ấy đến bờ sông
he knelt down to say his prayers before throwing himself in
anh ấy quỳ xuống để cầu nguyện trước khi lao mình xuống
In so doing he rubbed the magic ring he still wore
Khi làm như vậy, anh ta chà xát chiếc nhẫn ma thuật mà anh ta vẫn đeo
The genie he had seen in the cave appeared
Vị thần mà anh ta nhìn thấy trong hang động xuất hiện
and he asked him what his will was
và anh ấy hỏi anh ấy ý muốn của anh ấy là gì
"Save my life, genie," said Aladdin
"Cứu mạng tôi đi, thần đèn," Aladdin nói.
"bring my palace back"

"mang cung điện của tôi trở lại"
"That is not in my power," said the genie
"Điều đó không nằm trong khả năng của tôi", thần đèn nói.
"I am only the Slave of the Ring"
"Tôi chỉ là Nô Lệ của Chiếc Nhẫn"
"you must ask him for the magic lamp"
"bạn phải hỏi anh ấy về chiếc đèn thần"
"that might be true," said Aladdin
"điều đó có thể đúng," Aladdin nói
"but thou canst take me to the palace"
"nhưng ngươi có thể đưa ta đến cung điện"
"set me down under my dear wife's window"
"đặt tôi xuống dưới cửa sổ nhà người vợ thân yêu của tôi"
He at once found himself in Africa
Anh ta ngay lập tức thấy mình ở Châu Phi
he was under the window of the Princess
anh ấy ở dưới cửa sổ của công chúa
and he fell asleep out of sheer weariness
và anh ấy ngủ thiếp đi vì quá mệt mỏi
He was awakened by the singing of the birds
Anh ấy bị đánh thức bởi tiếng chim hót
and his heart was lighter than it was before
và trái tim anh ấy nhẹ nhõm hơn trước
He saw that all his misfortunes were due to the loss of the magic lamp
Anh ta thấy rằng mọi bất hạnh của mình đều do mất chiếc đèn thần.
and he vainly wondered who had robbed him of his magic lamp
và anh ta vô ích tự hỏi ai đã cướp mất chiếc đèn thần của anh ta
That morning the Princess rose earlier than she normally
Sáng hôm đó công chúa dậy sớm hơn thường lệ
once a day she was forced to endure the magicians company
một lần một ngày cô ấy bị ép phải chịu đựng sự đồng hành của các pháp sư
She, however, treated him very harshly

Tuy nhiên, cô ấy đã đối xử với anh ấy rất khắc nghiệt
so he dared not live with her in the palace
vì vậy anh ta không dám sống với cô ấy trong cung điện
As she was dressing, one of her women looked out and saw Aladdin
Khi cô đang mặc quần áo, một trong những người hầu của cô nhìn ra ngoài và thấy Aladdin
The Princess ran and opened the window
Công chúa chạy đến mở cửa sổ
at the noise she made Aladdin looked up
khi nghe thấy tiếng động cô ấy gây ra, Aladdin ngước lên nhìn
She called to him to come to her
Cô ấy gọi anh ấy đến với cô ấy
it was a great joy for the lovers to see each other again
đó là niềm vui lớn lao cho những người yêu nhau khi được gặp lại nhau
After he had kissed her Aladdin said:
Sau khi hôn cô, Aladdin nói:
"I beg of you, Princess, in God's name"
"Tôi cầu xin cô, Công chúa, nhân danh Chúa"
"before we speak of anything else"
"trước khi chúng ta nói về bất cứ điều gì khác"
"for your own sake and mine"
"vì lợi ích của bạn và của tôi"
"tell me what has become of the old lamp"
"hãy nói cho tôi biết chiếc đèn cũ đã ra sao"
"I left the lamp on the cornice in the hall of four-and-twenty windows"
"Tôi để lại chiếc đèn trên mái hiên trong hành lang có hai mươi bốn cửa sổ"
"Alas!" she said, "I am the innocent cause of our sorrows"
"Than ôi!" cô ấy nói, "Tôi là nguyên nhân vô tội gây ra nỗi đau khổ của chúng ta"
and she told him of the exchange of the magic lamp
và cô ấy kể cho anh ấy nghe về việc trao đổi cây đèn thần
"Now I know," cried Aladdin
"Bây giờ tôi biết rồi," Aladdin kêu lên.

"we have to thank the magician for this!"
"Chúng ta phải cảm ơn ảo thuật gia vì điều này!"
"Where is the magic lamp?"
"Đèn thần ở đâu?"
"He carries the lamp about with him," said the Princess
"Anh ấy mang theo chiếc đèn bên mình," Công chúa nói.
"I know he carries the lamp with him"
"Tôi biết anh ấy mang theo đèn"
"because he pulled the lamp out of his breast pocket to show me"
"vì anh ấy đã lấy chiếc đèn ra khỏi túi áo ngực để cho tôi xem"
"and he wishes me to break my faith with you and marry him"
"và anh ấy muốn tôi phá vỡ niềm tin của mình với em và kết hôn với anh ấy"
"and he said you were beheaded by my father's command"
"và ông ấy nói rằng anh đã bị chặt đầu theo lệnh của cha tôi"
"He is always speaking ill of you"
"Anh ta lúc nào cũng nói xấu em"
"but I only reply with my tears"
"nhưng tôi chỉ trả lời bằng nước mắt"
"If I can persist, I doubt not"
"Nếu tôi có thể kiên trì, tôi không nghi ngờ gì nữa"
"but he will use violence"
"nhưng anh ta sẽ sử dụng bạo lực"
Aladdin comforted his wife
Aladdin an ủi vợ mình
and he left her for a while
và anh ấy đã rời xa cô ấy một thời gian
He changed clothes with the first person he met in town
Anh ấy đã thay quần áo với người đầu tiên anh ấy gặp trong thị trấn
and having bought a certain powder, he returned to the Princess
và sau khi mua một loại bột nhất định, anh ta quay trở lại gặp Công chúa
the Princess let him in by a little side door

Công chúa cho anh ta vào bằng một cánh cửa nhỏ bên hông
"Put on your most beautiful dress," he said to her
"Hãy mặc chiếc váy đẹp nhất của em vào", anh nói với cô.
"receive the magician with smiles today"
"đón tiếp ảo thuật gia với nụ cười ngày hôm nay"
"lead him to believe that you have forgotten me"
"làm cho anh ấy tin rằng em đã quên anh"
"Invite him to sup with you"
"Mời anh ấy ăn tối cùng bạn"
"and tell him you wish to taste the wine of his country"
"và nói với anh ấy rằng bạn muốn nếm thử rượu vang của đất nước anh ấy"
"He will be gone for some time"
"Anh ấy sẽ đi một thời gian"
"while he is gone I will tell you what to do"
"Trong khi anh ấy đi vắng, tôi sẽ cho anh biết phải làm gì"
She listened carefully to Aladdin
Cô ấy lắng nghe Aladdin một cách cẩn thận
and when he left she arrayed herself beautifully
và khi anh ấy rời đi, cô ấy đã trang điểm thật đẹp
she hadn't dressed like this since she had left her city
cô ấy đã không ăn mặc như thế này kể từ khi cô ấy rời khỏi thành phố của mình
She put on a girdle and head-dress of diamonds
Cô ấy đeo một chiếc thắt lưng và mũ đội đầu bằng kim cương
she was more beautiful than ever
cô ấy đẹp hơn bao giờ hết
and she received the magician with a smile
và cô ấy đón tiếp nhà ảo thuật bằng một nụ cười
"I have made up my mind that Aladdin is dead"
"Tôi đã quyết định rằng Aladdin đã chết"
"my tears will not bring him back to me"
"nước mắt của tôi sẽ không mang anh ấy trở về với tôi"
"so I am resolved to mourn no more"
"Vì vậy tôi quyết định không than khóc nữa"
"therefore I invite you to sup with me"
"Vì vậy tôi mời bạn dùng bữa tối với tôi"

"**but I am tired of the wines we have**"
"nhưng tôi chán những loại rượu chúng ta có rồi"
"**I would like to taste the wines of Africa**"
"Tôi muốn nếm thử rượu vang của Châu Phi"
The magician ran to his cellar
Nhà ảo thuật chạy đến hầm của mình
and the Princess put the powder Aladdin had given her in her cup
và công chúa đã đổ bột mà Aladdin đã đưa cho cô vào cốc của mình
When he returned she asked him to drink to her health
Khi anh ấy trở về, cô ấy đã yêu cầu anh ấy uống mừng sức khỏe của cô ấy.
and she handed him her cup in exchange for his
và cô ấy đưa cho anh ấy chiếc cốc của cô ấy để đổi lấy
this was done as a sign to show she was reconciled to him
điều này được thực hiện như một dấu hiệu cho thấy cô ấy đã hòa giải với anh ấy
Before drinking the magician made her a speech
Trước khi uống rượu, nhà ảo thuật đã có một bài phát biểu
he wanted to praise her beauty
anh ấy muốn khen ngợi vẻ đẹp của cô ấy
but the Princess cut him short
nhưng công chúa đã cắt ngang lời anh ta
"**Let us drink first**"
"Chúng ta hãy uống trước đã"
"**and you shall say what you will afterwards**"
"và sau này bạn sẽ nói những gì bạn muốn"
She set her cup to her lips and kept it there
Cô ấy đặt cốc lên môi và giữ nguyên ở đó
the magician drained his cup to the dregs
nhà ảo thuật đã uống cạn cốc rượu của mình
and upon finishing his drink he fell back lifeless
và sau khi uống xong anh ta ngã xuống bất tỉnh
The Princess then opened the door to Aladdin
Công chúa sau đó mở cửa cho Aladdin
and she flung her arms round his neck

và cô ấy vòng tay ôm lấy cổ anh ấy
but Aladdin asked her to leave him
nhưng Aladdin đã yêu cầu cô rời khỏi anh
there was still more to be done
vẫn còn nhiều việc phải làm
He then went to the dead magician
Sau đó anh ta đến gặp pháp sư đã chết
and he took the lamp out of his vest
và anh ta lấy chiếc đèn ra khỏi áo vest
he bade the genie to carry the palace back
anh ta bảo thần đèn mang cung điện trở về
the Princess in her chamber only felt two little shocks
Công chúa trong phòng của cô chỉ cảm thấy hai cú sốc nhỏ
in little time she was at home again
trong thời gian ngắn cô ấy đã về nhà trở lại
The Sultan was sitting on his balcony
Sultan đang ngồi trên ban công của mình
he was mourning for his lost daughter
anh ấy đang thương tiếc đứa con gái đã mất của mình
he looked up and had to rub his eyes again
anh ấy nhìn lên và phải dụi mắt lần nữa
the palace stood there as it had before
cung điện vẫn đứng đó như trước
He hastened over to the palace to see his daughter
Ông vội vã chạy đến cung điện để gặp con gái mình
Aladdin received him in the hall of the palace
Aladdin đón tiếp chàng tại đại sảnh cung điện
and the princess was at his side
và công chúa ở bên cạnh chàng
Aladdin told him what had happened
Aladdin kể cho anh ta nghe những gì đã xảy ra
and he showed him the dead body of the magician
và anh ta cho anh ta thấy xác chết của pháp sư
so that the Sultan would believe him
để Sultan tin anh ta
A ten days' feast was proclaimed
Một bữa tiệc kéo dài mười ngày đã được công bố

and it seemed as if Aladdin might now live the rest of his life in peace
và có vẻ như Aladdin có thể sống phần đời còn lại của mình trong hòa bình
but his life was not to be as peaceful as he had hoped
nhưng cuộc sống của anh không được yên bình như anh mong đợi
The African magician had a younger brother
Nhà ảo thuật châu Phi có một người em trai
he was maybe even more wicked and cunning than his brother
có lẽ anh ta còn độc ác và xảo quyệt hơn cả anh trai mình
He travelled to Aladdin to avenge his brother's death
Anh ta đã đến gặp Aladdin để trả thù cho cái chết của anh trai mình
he went to visit a pious woman called Fatima
ông đã đến thăm một người phụ nữ ngoan đạo tên là Fatima
he thought she might be of use to him
anh ấy nghĩ cô ấy có thể có ích cho anh ấy
He entered her cell and put a dagger to her breast
Anh ta bước vào phòng giam của cô và đâm một con dao vào ngực cô
then he told her to rise and do his bidding
sau đó anh ta bảo cô đứng dậy và làm theo lời anh ta
and if she didn't he said he would kill her
và nếu cô ấy không làm vậy anh ta nói anh ta sẽ giết cô ấy
He changed his clothes with her
Anh ấy đã thay quần áo cùng cô ấy
and he coloured his face like hers
và anh ấy tô màu khuôn mặt của mình giống cô ấy
he put on her veil so that he looked just like her
anh ấy đội khăn che mặt cho cô ấy để trông anh ấy giống hệt cô ấy
and finally he murdered her despite her compliance
và cuối cùng anh ta đã giết cô ấy mặc dù cô ấy đã tuân thủ
so that she could tell no tales
để cô ấy không thể kể chuyện

Then he went towards the palace of Aladdin
Sau đó, anh ta đi về phía cung điện của Aladdin
all the people thought he was the holy woman
tất cả mọi người đều nghĩ rằng bà là một người phụ nữ thánh thiện
they gathered round him to kiss his hands
họ tụ tập quanh anh ấy để hôn tay anh ấy
and they begged for his blessing
và họ cầu xin sự ban phước của Ngài
When he got to the palace there was a great commotion around him
Khi anh ta đến cung điện, xung quanh anh ta có một sự náo động lớn
the princess wanted to know what all the noise was about
công chúa muốn biết tất cả những tiếng ồn đó là về cái gì
so she bade her servant to look out of the window
Vì vậy, cô ấy bảo người hầu của mình nhìn ra ngoài cửa sổ
and her servant asked what the noise was all about
và người hầu của cô ấy hỏi tiếng ồn đó là gì
she found out it was the holy woman causing the commotion
cô ấy phát hiện ra rằng chính người phụ nữ thánh thiện đã gây ra sự náo động
she was curing people of their ailments by touching them
cô ấy đã chữa khỏi bệnh cho mọi người bằng cách chạm vào họ
the Princess had long desired to see Fatima
Công chúa đã mong muốn được gặp Fatima từ lâu
so she got her servant to ask her into the palace
vì vậy cô ấy đã nhờ người hầu của mình mời cô ấy vào cung điện
and the false Fatima accepted the offer into the palace
và Fatima giả đã chấp nhận lời đề nghị vào cung điện
the magician offered up a prayer for her health and prosperity
nhà ảo thuật đã cầu nguyện cho sức khỏe và sự thịnh vượng của cô ấy
the Princess made him sit by her

Công chúa bảo anh ta ngồi cạnh cô ấy
and she begged him to stay with her
và cô ấy cầu xin anh ấy ở lại với cô ấy
The false Fatima wished for nothing better
Fatima giả không mong muốn điều gì tốt hơn
and she consented to the princess' wish
và cô ấy đã đồng ý với mong muốn của công chúa
but he kept his veil down
nhưng anh ấy vẫn giữ mạng che mặt của mình xuống
because he knew that he would be discovered otherwise
vì anh ấy biết rằng nếu không anh ấy sẽ bị phát hiện
The Princess showed him the hall
Công chúa chỉ cho anh ta thấy hội trường
and she asked him what he thought of the hall
và cô ấy hỏi anh ấy nghĩ gì về hội trường
"It is a truly beautiful hall," said the false Fatima
"Đó thực sự là một hội trường tuyệt đẹp", Fatima giả nói.
"but in my mind your palace still wants one thing"
"nhưng trong tâm trí tôi cung điện của bạn vẫn muốn một điều"
"And what is it that my palace is missing?" asked the Princess
"Và cung điện của ta còn thiếu thứ gì vậy?" Công chúa hỏi.
"If only a Roc's egg were hung up from the middle of this dome"
"Giá như có một quả trứng chim Roc được treo ở giữa mái vòm này"
"then your palace would be the wonder of the world," he said
"Khi đó cung điện của bạn sẽ là kỳ quan của thế giới", ông nói
After this the Princess could think of nothing but the Roc's egg
Sau đó, công chúa không thể nghĩ đến điều gì khác ngoài quả trứng của Roc.
when Aladdin returned from hunting he found her in a very ill humour
khi Aladdin trở về sau chuyến đi săn, anh thấy cô đang trong

tâm trạng rất tệ
He begged to know what was amiss
Anh ấy cầu xin được biết chuyện gì đã xảy ra
and she told him what had spoiled her pleasure
và cô ấy đã kể cho anh ấy nghe điều gì đã làm hỏng niềm vui của cô ấy
"I'm made miserable for the want of a Roc's egg"
"Tôi đau khổ vì thiếu một quả trứng chim Roc"
"If that is all you want you shall soon be happy," replied Aladdin
"Nếu đó là tất cả những gì bạn muốn thì bạn sẽ sớm được hạnh phúc thôi", Aladdin đáp.
he left her and rubbed the lamp
anh ấy rời khỏi cô ấy và chà xát chiếc đèn
when the genie appeared he commanded him to bring a Roc's egg
khi thần đèn xuất hiện, ông ra lệnh cho anh ta mang một quả trứng chim Roc
The genie gave such a loud and terrible shriek that the hall shook
Thần đèn hét lên một tiếng thật lớn và khủng khiếp đến nỗi cả hội trường rung chuyển
"Wretch!" he cried, "is it not enough that I have done everything for you?"
"Đồ khốn nạn!" anh ta kêu lên, "chẳng lẽ ta đã làm mọi thứ vì ngươi vẫn chưa đủ sao?"
"but now you command me to bring my master"
"nhưng bây giờ ngài ra lệnh cho tôi đưa chủ nhân của tôi đến"
"and you want me to hang him up in the midst of this dome"
"và anh muốn tôi treo anh ta lên giữa mái vòm này"
"You and your wife and your palace deserve to be burnt to ashes"
"Ngươi, vợ ngươi và cung điện của ngươi đáng bị thiêu thành tro"
"but this request does not come from you"
"nhưng yêu cầu này không phải đến từ bạn"
"the demand comes from the brother of the magician"

"yêu cầu đến từ anh trai của pháp sư"
"the magician whom you have destroyed"
"phù thủy mà bạn đã tiêu diệt"
"He is now in your palace disguised as the holy woman"
"Bây giờ hắn đang ở trong cung điện của ngươi, cải trang thành một người phụ nữ thánh thiện"
"the real holy woman he has already murdered"
"người phụ nữ thánh thiện thực sự mà anh ta đã giết"
"it was him who put that wish into your wife's head"
"chính anh ấy là người đã gieo vào đầu vợ anh mong muốn đó"
"Take care of yourself, for he means to kill you"
"Hãy cẩn thận, vì anh ta muốn giết bạn đấy"
upon saying this, the genie disappeared
nói xong câu này, thần đèn biến mất
Aladdin went back to the Princess
Aladdin quay trở lại với công chúa
he told her that his head ached
anh ấy nói với cô ấy rằng đầu anh ấy đau
so she requested the holy Fatima to be fetched
vì vậy cô ấy đã yêu cầu Fatima thánh được mang đến
she could lay her hands on his head
cô ấy có thể đặt tay lên đầu anh ấy
and his headache would be cured by her powers
và cơn đau đầu của anh sẽ được chữa khỏi nhờ sức mạnh của cô ấy
when the magician came near Aladdin seized his dagger
khi pháp sư đến gần Aladdin đã lấy con dao găm của mình
and he pierced him in the heart
và anh ta đâm vào tim anh ta
"What have you done?" cried the Princess
"Ngươi đã làm gì thế?" Công chúa kêu lên.
"You have killed the holy woman!"
"Ngươi đã giết chết thánh nữ!"
"It is not so," replied Aladdin
"Không phải vậy đâu," Aladdin đáp.
"I have killed a wicked magician"

"Tôi đã giết một pháp sư độc ác"
and he told her of how she had been deceived
và anh ấy kể cho cô ấy nghe về việc cô ấy đã bị lừa dối như thế nào
After this Aladdin and his wife lived in peace
Sau đó Aladdin và vợ sống trong hòa bình
He succeeded the Sultan when he died
Ông kế vị Sultan khi ông qua đời
he reigned over the kingdom for many years
ông đã trị vì vương quốc trong nhiều năm
and he left behind him a long lineage of kings
và ông đã để lại một dòng dõi lâu đời các vị vua

The End
Kết thúc

www.tranzlaty.com

www.ingramcontent.com/pod-product-compliance
Lightning Source LLC
Chambersburg PA
CBHW012009090526
44590CB00026B/3948